【ひらがな・かたかな】
hi ra ga na ・ ka ta ka na

本文中のローマ字は、ヘボン式表記を使用しています。

ナ な NA	タ た TA	サ さ SA	カ か KA	ア あ A
ニ に NI	チ ち CHI／TI	シ し SHI／SI	キ き KI	イ い I
ヌ ぬ NU	ツ つ TSU／TU	ス す SU	ク く KU	ウ う U
ネ ね NE	テ て TE	セ せ SE	ケ け KE	エ え E
ノ の NO	ト と TO	ソ そ SO	コ こ KO	オ お O

ひと目でわかる！

教室で使う
みんなのことば

第2期

総監修
柳下則久（青山学院大学教育人間科学部特任教授）
森　博昭（横浜市立青葉台中学校校長）

あいさつやこまったとき

E Greetings and When in trouble
한 인사말과 어려운 일이 생겼을때
E Saludos y cuando tenga un problema
V Chào hỏi và khi gặp khó khăn hay sự cố

もくじ
mo ku ji

English Contents
한국어 목차
Español Contenido
Tiếng Việt Mục lục

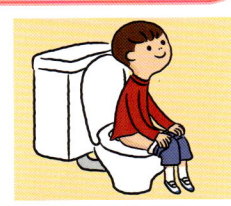

わたしたちの教室へようこそ！
wa ta shi ta chi no kyou shitsu e yo u ko so

English Welcome to our classroom!
한국어 우리 반에 온 걸 환영해요！
Español ¡Bienvenido a nuestra aula!
Tiếng Việt Chào mừng các bạn đến với lớp học của chúng mình.

この本は、日本の学校に通っている
ko no hon wa ni hon no gakkou ni kayo tte i ru

みなさんの力になるためにつくられました。
mi na sa n no chikara ni na ru ta me ni tsu ku ra re ma shi ta

E This book is for the children studying in Japanese schools.

한 이 책은 일본 학교에 다니고 있는 학생들에게 도움을 주려고 만들었습니다.

E Este libro está dirigido a los niños que estudian en las escuelas japonesas.

V Cuốn sách này dành cho các bạn nhỏ đang học tại các trường học tại Nhật Bản.

もしも、こんなふうに思っている人がいるなら、
mo shi mo ko n na fu u ni omo tte i ru hito ga i ru na ra

この本がきっと役に立ちます。
ko no hon ga ki tto yaku ni ta chi ma su

E This book is useful for those who think as follows:

한 만약 이렇게 생각 하는 사람이 있다면 이 책이 도움이 될 거라고 생각합니다.

E Este libro será de gran ayuda para quienes estén pensando del siguiente modo:

V Cuốn sách rất bổ ích dành cho những bạn có trăn trở như sau

あしたの持ちものの中の
a shi ta no mo chi mo no no naka no

☐☐☐ってなんだろう？
tte na n da ro u

E I want to know how to say "☐☐☐" which I need to bring tomorrow.

한 내 물건 중에서 ☐☐☐ 는 일본어로 어떻게 말해야 하는지 …

E Entre las cosas que debo traer mañana, ¿qué será ☐☐☐ ?

V Mình muốn nói ☐☐☐ mà cần phải mang đến ngày mai thì như nào nhỉ.

おれいを言いたいんだけど、
o re i wo i i ta i n da ke do

日本語ではなんて言うのかな。
ni hon go de wa na n te i u no ka na

E I want to know how to say "Thank you." in Japanese.

한 고맙다고 말하고 싶은데, 일본어로 어떻게 말해야 하는지 …

E Quiero agradecer pero no sé cómo decirlo en japonés.

V Mình muốn nói"cảm ơn" bằng tiếng Nhật thì như thế nào nhỉ.

総監修のことば

近年、外国籍者の急増により、外国人児童が増加しています。南米からの日系人、韓国朝鮮籍、ベトナム籍など、その国籍はさまざまです。これらの児童にとって、日本語での学習はもちろん、日常生活そのものが困難で、多くの不安を抱えています。また、海外生活を経験した帰国子女も同様な悩みをもっています。本書は、そのような状況の子どもたちおよび彼らを受け入れる教職員が活用し、学校生活をより快適にすごせることを願い編集したものです。

青山学院大学教育人間科学部教育学科

柳下則久

（元横浜市教育委員会事務局 教育次長）

本書では、日本語学習を始めたばかりの外国につながる児童と、そのまわりの人びとが、絵やことばを指さすだけで簡単に想いを伝え合うことができるように、学校生活を送るうえで使用頻度や必要性が高いことばを優先して掲載しました。また、外国人の保護者に、日本の学校生活を理解してもらう資料としても、役立つと思います。本書を活用することで、日本の学校で学ぶ子どもたちのだれもが、安心して、ゆたかに生活できることを願っています。

横浜市立青葉台中学校校長

森 博昭

（元横浜市教育委員会事務局指導部国際教育課主任指導主事）

おうちの人に、学校のことを伝えたい！
o u chi no hito ni, gakkou no ko to wo tsuta e ta i

- **E** I want to tell my family about my school!
- **한** 가족들에게 학교에 대해서 전해야 할때,
- **E** ¡Quiero hablar sobre la escuela en casa!
- **V** Mình muốn kể với gia đình về những việc ở trường.

こまっている子がいるぞ。どうしたのか聞きたいな。
ko ma tte i ru ko ga i ru zo　do u shi ta no ka ki ki ta i na

- **E** Oh, he is in trouble. I want to ask him what has happened.
- **한** 어려움에 처한 사람이 있을때 일본어로 어떻게 말해야 하는지 …
- **E** Ese niño parece tener un problema. Quisiera preguntarle qué le sucede.
- **V** Học sinh đang gặp khó khăn. Thầy muốn hỏi xem bạn ấy gặp sự cố gì?

おしゃべりするきっかけがほしいな！
o sha be ri su ru　ki kka ke ga ho shi i na

- **E** I want a chance to talk with her!
- **한** 일본사람하고 말하고 싶을때 어떤 말로 기회를 만들 수 있을까 …
- **E** ¡Quiero un chance para poder conversar!
- **V** Mình muốn có cơ hội nói chuyện với bạn ấy.

みなさんの日本での学校生活を、応援しています！
mi na sa n no ni hon de no gakkou sei katsu wo　ou en shi te i ma su

- **E** We support your school life in Japan!
- **한** 여러분 ! 우리는 일본 학교 생활을 응원합니다 !
- **E** ¡Los estamos apoyando en su vida escolar en Japón!
- **V** Cuốn sách này sẽ hỗ trợ các bạn những vẫn đề liên quan đến đời sống học đường tại Nhật Bản.

この本の使いかた
ko no hon no tsuka i ka ta

English Suggestions for using this book
한국어 이 책을 사용하는 방법
Español Modo de utilizar este libro
Tiếng Việt Cách sử dụng cuốn sách

『教室で使う　みんなのことば』（全5巻）では、学校生活の中で使うさまざまな日本語に、
kyoushitsu de tsuka u　mi n na no ko to ba　zen go kan de wa　gakkou sei katsu no naka de tsuka u　sa ma za ma na ni hon go ni

英語・韓国朝鮮語・スペイン語・ベトナム語の４か国語の訳をつけて紹介しています。
ei go　kan kokuchou sen go　su pe i n go　be to na mu go no yon ka koku go no yaku wo tsu ke te shou kai shi te i ma su

E In "Phrases for everybody to use in the classroom" (5 volumes) various Japanese school-related phrases are translated into four languages: English, Korean, Spanish and Vietnamese.

한 교실에서 쓸 수 있는 모든 말들 (전 5 권) 은 일본 학교 생활에서 사용되고 있는 여러 가지 일본어를 영어 , 한국어 , 스페인어 , 베트남어 4 개 국어로 번역해서 소개하고 있습니다 .

E "Frases para todos usadas en el aula" (5 volúmenes) presenta el vocabulario japonés utilizado en diferentes situaciones traducidas a 4 idiomas, Inglés, Koreano, Español y Vietnamita.

V Trong quyển sách [Từ ngữ thông dụng sử dụng trong lớp học](tổng cộng 5 quyển), những câu tiếng Nhật về đời sống học đường đã được dịch sang 4 thứ tiếng bao gồm: tiếng Anh, tiếng Hàn, tiếng Tây Ban Nha và tiếng Việt.

●すべての日本語には、ローマ字
su be te no ni hon go ni wa　ro o ma ji
で読みかたを併記しています。漢
de yo mi ka ta wo hei ki shi te i ma su　kan
字には、ふりがなをふっています。
ji ni wa　fu ri ga na wo fu tte i ma su

E You can read every Japanese phrase with the help of roman letters and furigana written beside kanji.

한 모든 일본어에는 로마자로 읽는 방법을 표기했습니다 . 한자에는 읽기 쉽게 후리가나를 써 놨습니다 .

E El japonés está representado usando caracteres romanos y el kanji con el "furigana".

V Tất cả các chữ dùng trong câu tiếng Nhật đều có phiên âm abc và chữ cái tiếng Nhật(furigana) đính kèm.

ローマ字読み
ro o ma ji yo mi
E Roman letters
한 로마자 읽는 방법
E Caracteres romanos
V Đọc chữ Latinh
※ヘボン式表記を使用しています。

ふりがな
fu ri ga na
E Furigana
한 후리가나
E Furigana
V Furigana

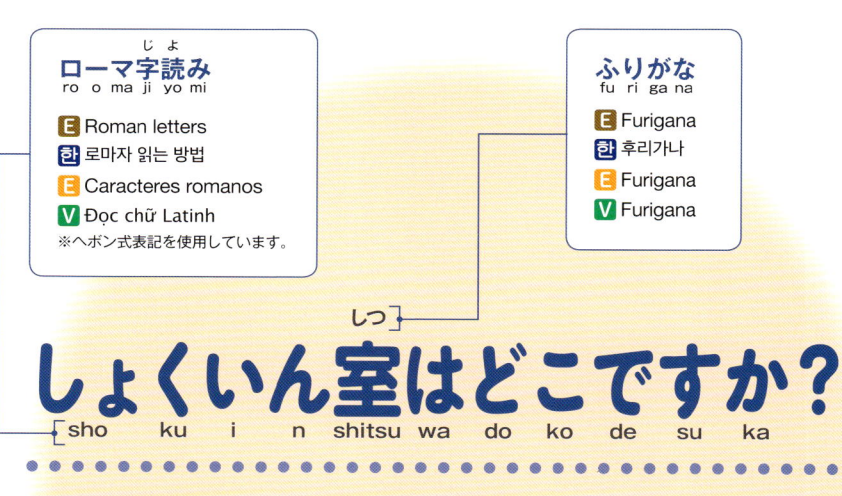

しつ
しょくいん室はどこですか？
sho ku i n shitsu wa do ko de su ka

English Where is the teachers' office?
한국어 교무실은 어디예요 ?
Español ¿Dónde está la sala de profesores?
Tiếng Việt Phòng giáo viên ở đâu?

●英語、韓国朝鮮語、スペイン語、ベトナム語
ei go　kan kokuchou sen go　su pe i n go　be to na mu go
には、それぞれマークをつけています。
ni wa　so re zo re ma a ku wo tsu ke te i ma su
自分の使う言語を見つける目印にしてください。
ji bun no tsuka u gen go wo mi tsu ke ru me jirushi ni shi te ku da sa i

E Four languages, English, Korean, Spanish and Vietnamese, have four different marks on. You can easily find the language you want to check.

한 영어 , 한국어 , 스페인어 , 베트남어에는 각자 표시를 해 두었습니다 . 그래서 자신의 모국어를 쉽게 찾아서 쓸 수 있습니다 .

E El Inglés, Koreano, Español y Vietnamita está representado con un símbolo. Identifique el símbolo de su idioma.

V Tiếng Anh, Tiếng Hàn, Tiếng Tây Ban Nha, Tiếng Việt đều có các kí hiệu khác nhau đính kèm. Các bạn nhỏ có thể dễ dàng tra cứu loại ngôn ngữ mình muốn sử dụng.

English/ 英語 ——— **English** **E**
한국어 / 韓国朝鮮語 ——— **한국어** **한**
Español / スペイン語 ——— **Español** **E**
※ Los sustantivos que aparecen en este libro se presentan en el orden género masculino y femenino.
Tiếng Việt/ ベトナム語 ——— **Tiếng Việt** **V**

このページのテーマ
ko no pe e ji no te e ma

- **E** The topic of this page
- **한** 이 페이지의 주제
- **V** Título de esta página
- **E** Chủ đề của trang này

このページで取り上げた、おもな会話文
ko no pe e ji de to ri a ge ta o mo na kai wabun

- **E** The dialogues introduced in this page
- **한** 이 페이지의 중요한 내용
- **E** Diálogos principales de esta página
- **V** Các câu hội thoại chính trên trang này

会話文
kai wabun

- **E** Dialogues
- **한** 대화
- **E** Diálogo
- **V** Câu hội thoại

場所
Places / 장소 / Lugares / Vị trí

しょくいん室はどこですか？
sho ku i n shitsu wa do ko de su ka

- English Where is the teachers' office?
- 한국어 교무실은 어디예요?
- Español ¿Dónde está la sala de profesores?
- Tiếng Việt Phòng giáo viên ở đâu?

しょくいん室はどこてすか？
- E Where is the teachers' office?
- 교무실이 어디예요?
- ¿Dónde está la sala de profesores?
- Bạn có biết phòng giáo viên ở đâu không?

しょくいん室は あそこてす。
- E The teachers' office is over there.
- 교무실은 저기예요
- La sala de profesores está allá.
- Phòng giáo viên ở kia kia.

しょくいん室に入るとき
- E When you enter the teachers' office
- 교무실에 들어갈 때
- Cuando se ingresa a la sala de profesores
- V Khi bước vào phòng giáo viên

しょくいん室には、「しつれいします」と言って入ります。
出るときは、「しつれいしました」と言って出ます。

しつれいします。

- E When you enter the teachers' office, say「しつれいします」. When you leave the office, say「しつれいしました」.
- 교무실에 들어갈 때는「しつれいします」라고 말한 후에 들어갑니다. 나올 때는「しつれいしました」라고 말하고 나옵니다.
- E Antes de entrar a la sala de profesores se dice「しつれいします」. Al salir de la sala se dice「しつれいしました」.
- V Khi vào phòng giáo viên, học sinh nói「しつれいします」. Khi ra khỏi phòng giáo viên, học sinh nói「しつれいしました」.

26

場所の名前
ba sho no na mae
- E Places at school
- 장소 이름
- Lugares en la escuela
- V Địa điểm trong trường

しょうこう口 sho u ko u guchi
- E entrance hall
- 학교 건물로 들어 가는 입구
- hall de entrada
- V sảnh ra vào

トイレ to i re
- E bathroom
- 화장실
- baño
- V nhà vệ sinh

しょくいん室 sho ku i n shitsu
- E teachers' office
- 교무실
- sala de profesores
- V phòng giáo viên

ほけん室 ho ke n shitsu
- E nurse's office
- 양호실
- enfermería
- V phòng y tế

図書室 to sho shitsu
- E library
- 학교 도서실
- biblioteca
- V thư viện

国さい教室（日本語教室） koku sa i kyoushitsu (ni hon go kyoushitsu)
- E international classroom
- 국제교실 (일본어 교실)
- sala internacional (salón de japonés)
- V phòng học quốc tế

体育館 tai iku kan
- E gym
- 체육실
- gimnasio
- V phòng thể chất

校庭 kou tei
- E schoolyard
- 학교 운동장
- patio de la escuela
- V sân trường

場所をさすことば
ba sho wo sa su ko to ba
- E Words for pointing places
- 장소를 가리키는 말
- Palabras para indicar lugares
- V Từ ngữ chỉ vị trí

ここ ko ko
- E here
- 여기
- aquí
- V đây

そこ so ko
- E there
- 거기
- allí
- V kia

あそこ a so ko
- E there
- 저기
- allá
- V đằng kia

どこ do ko
- E where
- 어디
- dónde
- V ở đâu

27

日本の学校生活がもっとわかるコラム
ni hon no gakkou sei katsu ga mo tto wa ka ru ko ra mu

- **E** Clipping information to learn more about Japanese school life
- **한** 일본 학교 생활을 더욱 잘 알 수 있는 표현 방식
- **E** Información útil para conocer más sobre la vida escolar en Japón
- **V** Những từ ngữ giúp bạn hiểu thêm về đời sống học đường tại Nhật Bản

会話に関係する単語。
kai wa ni kankei su ru tan go
会話文の中の色のついたことばと入れかえられます。
kai wabun no naka no iro no tsu i ta ko to ba to i re ka e ra re ma su

- **E** You can substitute the colored words in the dialogues.
- **한** 얘기할때 필요한 말. 색깔이 있는 곳은 다른 말로 바꿔서 쓸 수도 있어요.
- **E** Vocabulario relacionado al diálogo. Podrá sustituir las palabras coloreadas en los diálogos.
- **V** Các bạn nhỏ có thể thay thế những từ in màu trong bản hội thoại.

- **E** Let's use the phrases!
- **한** 사용해 봅시다！
- **E** ¡Practiquemos!
- **V** Chúng ta cùng sử dụng nào!

使ってみましょう！
tsuka tte mi ma sho u

イラストや、自分の話す言語を
i ra su to ya ji bun no hana su gen go wo
指でさして、相手に伝えましょう。
yubi de sa shi te ai te ni tsuta e ma sho u

- **E** When you find the expression you want to say, point to the picture or the phrase of your language.
- **한** 그림이나 자신이 하고 싶은 말을 손가락으로 짚어가며 상대방에게 말해 보세요.
- **E** Señale con el dedo el dibujo o frase de su idioma que desee comunicar.
- **V** Khi tìm thấy bức tranh minh họa điều mình muốn nói, các bạn nhỏ hãy chỉ vào phần ngôn ngữ mình muốn nói cho bạn của mình xem.

相手にも、指でさして
ai te ni mo yubi de sa shi te
もらいましょう。
mo ra i ma sho u

- **E** Ask your partner to point to the picture or the phrase as well.
- **한** 상대방에게도 하고 싶은 말을 손가락으로 짚어 볼 수 있게 하세요.
- **E** Solicite que la otra parte haga lo mismo.
- **V** Hãy bảo người bạn của mình cùng chỉ vào bức tranh nhé.

あいさつ
a i sa tsu

E Greetings
한 안녕하세요
E Saludos
V Chào hỏi

おはようございます。
o ha yo u go za i ma su

English Good morning.
한국어 안녕하세요 .
Español Buenos días.
Tiếng Việt Chào buổi sáng.

おはようございます。
o ha yo u go za i ma su
E Good morning.
한 안녕하세요 .
E Buenos días.
V Con chào thầy.

こんにちは。
ko n ni chi wa
E Good afternoon.
한 안녕하세요 .
E Buenas tardes.
V Con chào cô.

こんばんは。
ko n ba n wa

E Good evening.
한 안녕하세요 .
E Buenas noches.
V Con chào chú ／ bác.

あいさつのしかた
a i sa tsu no shi ka ta

E Greeting gestures
한 인사 하는 방법
E Gestos de saludos
V Cách chào hỏi

せ かい
世界には、いろいろなあいさつの
se kai ni wa i ro i ro na a i sa tsu no
しかたがあります。
shi ka ta ga a ri ma su

E There are various ways to greet people around the world.
한 세계에는 여러 가지 인사법이 있습니다 .
E Existen diferentes gestos de saludos en el mundo.
V Có nhiều cách chào hỏi khác nhau trên thế giới.

に ほん
日本では、あいさつをするとき、おじぎを
ni hon de wa a i sa tsu wo su ru to ki o ji gi wo
します。
shi ma su

E Japanese greet each other by bowing.
한 일본에서는 인사할 때 고개를 숙이고 인사합니다 .
E En Japón, se hace una reverencia para saludar.
V Tại Nhật, mọi người thường cúi đầu khi chào hỏi.

おじぎをする
o ji gi wo su ru

E bow
한 고개를 숙이면서 인사해요
E reverencia
V cúi đầu

て あ
手を合わせる
te wo a wa se ru

E put palms together
한 두 손을 모으고 인사해요
E juntar las palmas de las manos
V chắp tay

ハグ
ha gu

E hug
한 안아요
E abrazo
V ôm

しゅ
あく手をする
a ku shu wo su ru

E shake hands
한 악수를 해요
E apretón de manos
V bắt tay

あいさつ
a i sa tsu

E Greetings
한 안녕하세요
E Saludos
V Chào hỏi

さようなら。
sa yo u na ra

English Goodbye.
한국어 안녕 .
Español Adiós.
Tiếng Việt Tạm biệt.

気をつけて帰りましょう。
ki wo tsu ke te kae ri ma sho u

E Be careful going home.
한 조심해서 잘 가 .
E Regresen con cuidado.
V Các con về cẩn thận nhé.

さようなら。
sa yo u na ra

E Goodbye.
한 안녕 .
E Adiós.
V Con tạm biệt cô.

通学路
つう がく ろ
tsuu gaku ro

E School route
한 통학로
E Ruta escolar
V Đường đến trường

学校の行き帰りには、学校が決めた「通学路」を通ります。友だちといっしょに帰ります。
がっ こう い かえ　　がっ こう き　　つう がく ろ　　とお　　とも　　かえ
gakkou no i ki kae ri ni wa　gakkou ga ki me ta　tsuugaku ro　wo too ri ma su　tomo da chi to i　ssho ni kae ri ma su

E Children walk to and from school along the school routes. They go home with their friends.

한 학교에 갈 때나 집으로 돌아올 때는 정해진 통학로를 이용합니다. 그리고 친구들과 함께 가요.

E Para ir y volver de la escuela, se utiliza la ruta escolar definida. Todos vuelven con sus amigos.

V Học sinh đi học và về theo Đường đến trường do trường quy định. Học sinh đi học về cùng bạn bè.

またあした。
ma ta a shi ta

E See you tomorrow.
한 내일 또 만나요.
E Hasta mañana.
V Hẹn gặp lại cô ngày mai.

おととい
o to to i

E the day before yesterday
한 그저께
E antes de ayer
V hôm kia

きのう
ki no u

E yesterday
한 어제
E ayer
V hôm qua

きょう
kyo u

E today
한 오늘
E hoy
V hôm nay

あした
a shi ta

E tomorrow
한 내일
E mañana
V ngày mai

あさって
a sa tte

E the day after tomorrow
한 모레
E pasado mañana
V ngày kia

あいさつ
a i sa tsu

- **E** Greetings
- **한** 안녕하세요
- **E** Saludos
- **V** Chào hỏi

ありがとうございます。
a ri ga to u go za i ma su

English Thank you.
한국어 감사합니다 .
Español Gracias.
Tiếng Việt Cảm ơn.

はい、どうぞ。
ha i do u zo

- **E** Here you are.
- **한** 네 . 좋아요 .
- **E** Aquí tienes.
- **V** Của bạn đây.

ありがとうございます。
a ri ga to u go za i ma su

- **E** Thank you.
- **한** 감사합니다 .
- **E** Gracias.
- **V** Cảm ơn.

どういたしまして。
do u i ta shi ma shi te

- **E** You're welcome.
- **한** 천만에요 .
- **E** De nada.
- **V** Không có gì.

じこ
ji ko
しょうかい
sho u ka i

E Self-introduction
한 자기소개
E Auto presentación
V Giới thiệu bản thân

わたしの名前は☐です。
wa ta shi no na mae wa　　　　de su

English　My name is ☐ .
한국어　제 이름은 ☐ 예요 .
Español　Mi nombre es ☐ .
Tiếng Việt　Tên con là ☐ .

たんにんの先生の☐です。
ta n ni n no sen sei no　　de su

E I'm Ms. ☐ , your homeroom teacher.
한 담임 선생님 성함은 ☐ 예요 .
E Yo soy ☐ , tu profesora.
V Cô tên là ☐ .Cô là cô giáo chủ nhiệm của con.

あなたの名前はなんですか？
a na ta no na mae wa na n de su ka

E What's your name?
한 네 이름은 뭐니 ?
E ¿Cómo te llamas?
V Tên con là gì?

わたしの名前は☐
wa ta shi no na mae wa
です。
de su

E My name is ☐ .
한 제 이름은 ☐ 예요 .
E Mi nombre es ☐ .
V Tên con là ☐ .

☐小学校３年２組です。
　shou gakkou san nen ni kumi de su

E I'm in Grade 3-2 of ☐ Elementary School.
한 ☐ 초등학교 3 학년 2 반이에요 .
E Estoy en la Escuela Primaria ☐ , en 3er. año sección 2.
V Con là học sinh năm thứ 3 lớp 2 của trường tiểu học ☐ .

E People who support us at school
한 학교에서 도와 주는 사람들
E Personal en la escuela que nos ayudan
V Những người hỗ trợ tại trường học

学校でお世話になる人たち
gakkou de o se wa ni na ru hito ta chi

たんにんの先生
ta n ni n no sen sei

E homeroom teacher
한 담임 선생님
E profesor de clase / profesora de clase
V giáo viên chủ nhiệm

校長先生
kou chou sen sei

E principal
한 교장 선생님
E director / directora
V hiệu trưởng

教頭先生
kyou tou sen sei
（副校長先生）
fukukouchousen sei

E vice principal
한 교감 선생님
E sub-director / sub-directora
V hiệu phó

ほけん室の先生
ho ke n shitsu no sen sei

E school nurse
한 양호 선생님
E profesor de enfermería / profesora de enfermería
V nhân viên y tế

えいようしさん
e i yo u shi sa n

E nutritionist
한 영양사
E nutritionista
V chuyên gia dinh dưỡng

ちょうりいんさん
cho u ri n sa n

E school cook
한 조리사
E cocinero / cocinera
V nhân viên nhà bếp

ようむいんさん
yo u mu i n sa n

E school janitor
한 학교 청소나 관리 하는 사람
E conserje
V lao công

じむいんさん
ji mu i n sa n

E clerk
한 서무실에서 일하는 사람
E secretario / secretaria
V nhân viên văn phòng

スクールカウンセラー
su ku u ru ka u n se ra a
の先生
no sen sei

E school counselor
한 학교 생활 상담 선생님
E psicólogo escolar / psicóloga escolar
V giáo viên cố vấn

じこ しょうかい
sho u ka i
ji ko

- E Self-introduction
- 한 자기소개
- E Auto presentación
- V Giới thiệu bản thân

日本語はまだわかりません。
に ほん ご
ni hon go wa ma da wa ka ri ma se n

English I don't understand Japanese yet.
한국어 일본어는 아직 잘 몰라요 .
Español Todavía no entiendo japonés.
Tiếng Việt Tớ vẫn chưa hiểu tiếng Nhật.

□□□から来ました。
き
ka ra ki ma shi ta

- E I'm from □□□ .
- 한 □□□ 에서 왔어요 .
- E Soy de □□□ .
- V Tớ đến từ □□□ .

□□□語を話します。
ご はな
go wo hana shi ma su

- E I speak □□□ .
- 한 □□□ 는 할 수 있어요 .
- E Hablo □□□ .
- V Tớ nói tiếng □□□ .

日本語は、わかりますか？
ni hon go wa　wa ka ri ma su ka

E Do you understand Japanese?
한 일본어는 할 수 있어요 ?
E ¿Entiende japonés?
V Con có hiểu tiếng Nhật không?

はい、わかります。
ha i　wa ka ri ma su

E Yes, I do.
한 네 . 할 수 있어요 .
E Sí, entiendo.
V Dạ, con có hiểu.

いいえ、日本語はまだ
i i e　ni hon go wa ma da
わかりません。
wa ka ri ma se n

E No, I don't understand Japanese yet.
한 아뇨 . 아직은 못 해요 .
E No, aún no entiendo japonés.
V Chưa ạ. Con chưa hiểu tiếng Nhật.

少しわかります。
suko shi wa ka ri ma su

E Yes, a little.
한 조금 할 수 있어요 .
E Entiendo un poco.
V Con hiểu một ít ạ.

ひらがなは書けます。
hi ra ga na wa ka ke ma su

E I can write hiragana.
한 히라가나는 쓸 수 있어요 .
E Puedo escribir hiragana.
V Con có thể viết được Hiragana.

返事
へんじ
hen ji

E Answers
한 응답
E Respuestas
V Trả lời

はい。いいえ。
ha i   i i e

English Yes. No.
한국어 네 . 아뇨 .
Español Sí. No.
Tiếng Việt Có ／ Vâng. Không

「はい」と返事をしましょう。
ha i   to hen ji wo shi ma sho u
E Say " はい ".
한 " はい " 라고 대답해요 .
E Responda con " はい ".
V Hãy trả lời" はい ".

☐さん。
sa n
E ☐ .
한 ☐상 .
E ☐ .
V Bạn ☐ .

はい。
ha i
E Yes.
한 네 .
E Sí.
V Có ạ. ／ Vâng ạ.

これはあなたの
ko re wa a na ta no
えんぴつですか？
e n pi tsu de su ka
E Is this your pencil?
한 이건 네 연필이니 ?
E ¿Es éste tu lápiz?
V Bút chì này của con hả?

はい。
ha i
E Yes, it is.
한 네 .
E Sí.
V Vâng ạ.

いいえ。
i i e
E No, it isn't.
한 아뇨 .
E No.
V Không ạ.

さわっていいですか。
sa wa tte i i de su ka

- **E** Can I touch it?
- **한** 만져봐도 돼요 ?
- **E** ¿Lo puedo tocar?
- **V** Cho tớ sờ thử được không?

はい。いいです。
ha i i i de su

- **E** Yes, you can.
- **한** 네 . 괜찮아요 .
- **E** Sí. Si puedes.
- **V** Được chứ.

いいえ。だめです。
i i e da me de su

- **E** No, you can't.
- **한** 아뇨 . 안돼요 .
- **E** No. No puedes.
- **V** Không được đâu.

わかりました。
wa ka ri ma shi ta

- **E** Okay.
- **한** 알았어요 .
- **E** Esta bien, comprendo.
- **V** Tớ hiểu rồi.

おねがい
o ne ga i

E Making requests
한 부탁해요
E Peticiones
V Làm ơn

もう一度言ってください。
いちどい
mo u ichi do i tte ku da sa i

English Could you say that again?
한국어 한 번 더 말해 주세요 .
Español Repítalo por favor.
Tiếng Việt Bạn nói lại một lần nữa được không?

わかりませんでした。
wa ka ri ma se n de shi ta

E I didn't get that.
한 잘 몰랐어요 .
E No lo entendí.
V Tớ không hiểu.

9月 こんだて表

| 月 | 火 | 水 | 木 | 金 |

もう一度
いちど
mo u ichi do
い
言ってください。
i tte ku da sa i

E Could you say that again?
한 한 번 더 말해 주세요 .
E Repítelo por favor.
V Bạn nói lại một lần nữa được không?

ゆっくり言ってください。
い
yu kku ri i tte ku da sa i

E Please speak slowly.
한 천천히 말해 주세요 .
E Habla despacio por favor.
V Bạn nói chậm lại được không?

ここに書(か)いてください。
ko ko ni ka i te ku da sa i

- **E** Please write it down here.
- **한** 여기에 써 주세요.
- **E** Escríbelo aquí por favor.
- **V** Bạn hãy viết ở đây.

ひらがなで書(か)いてください。
hi ra ga na de ka i te ku da sa i

- **E** Please write in hiragana.
- **한** 히라가나로 써 주세요.
- **E** Escríbelo en hiragana por favor.
- **V** Bạn hãy viết bằng Hiragana.

日本の文字(に ほん も じ)
ni hon no mo ji

- **E** Japanese letters
- **한** 일본 문자
- **E** Alfabeto japonés
- **V** Bảng chữ tiếng Nhật

日本語(に ほん ご)は、３つの文字(も じ)を使(つか)います。
ni hon go wa mi ttsu no mo ji wo tsuka i ma su

- **E** There are 3 types of letters in Japanese.
- **한** 일본어는 3 가지 종류가 있어요.
- **E** En japonés existen 3 tipos de letras.
- **V** Tiếng Nhật có 3 loại chữ viết.

ひらがな
hi ra ga na

- **E** hiragana
- **한** 히라가나
- **E** hiragana
- **V** hiragana

かたかな
ka ta ka na

- **E** katakana
- **한** 가타카나
- **E** katakana
- **V** katakana

漢字(かん じ)
kan ji

- **E** kanji
- **한** 한자
- **E** kanji
- **V** chữ hán

おねがい
o ne ga i

E **Making requests**
한 부탁해요
E **Peticiones**
V **Làm ơn**

えんぴつをかしてください。
e n pi tsu wo ka shi te ku da sa i

English **May I borrow a pencil?**
한국어 **연필을 빌려주세요 .**
Español **Me presta un lápiz por favor.**
Tiếng Việt **Bạn cho tớ mượn bút chì được không?**

えんぴつをわすれました。
e n pi tsu wo wa su re ma shi ta

E I forgot my pencil.
한 연필을 안 가져 왔어요 .
E Me olvidé mi lápiz.
V Tớ quên mang bút chì mất rồi.

えんぴつをかしてください。
e n pi tsu wo ka shi te ku da sa i

E May I borrow a pencil?
한 연필을 빌려주세요 .
E Me presta un lápiz por favor.
V Bạn cho tớ mượn bút chì được không?

どうぞ。
do u zo

E Here you are.
한 여기 있어요 .
E Aquí tienes.
V Đây.

学校のきほんの道具

gakkou no ki ho n no dou gu

E Basic school things
한 학교에서 쓰는 기본적인 물건들
E Materiales básicos para la escuela
V Dụng cụ học tập

教科書
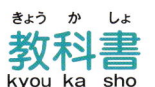
kyou ka sho

E textbook
한 교과서
E texto escolar
V sách giáo khoa

ノート

no o to

E notebook
한 노트
E cuaderno
V vở

下じき

shita ji ki

E pencil board
한 책받침
E lámina de plástico que se utiliza bajo la hoja al escribir
V tấm lót viết chữ

れんらく帳

re n ra ku chou

E communication notebook
한 연락장
E cuaderno de comunicación
V sổ liên lạc

筆箱
fudebako

E pencil case
한 필통
E cartuchera
V hộp đựng bút

えんぴつ

e n pi tsu

E pencil
한 연필
E lápiz
V bút chì

消しゴム
ke shi go mu

E eraser
한 지우개
E borrador
V cục tẩy

赤えんぴつ

aka e n pi tsu

E red pencil
한 빨강 색연필
E lápiz rojo
V bút chì đỏ

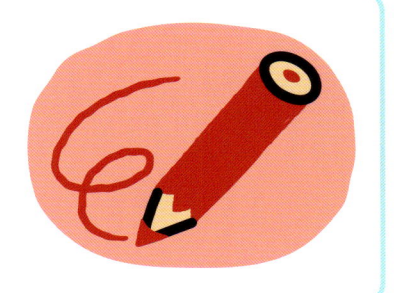

ネームペン
ne e mu pe n

E felt pen
한 네임펜
E marcador
V bút bi

じょうぎ

jo u gi

E ruler
한 자
E regla
V thước kẻ

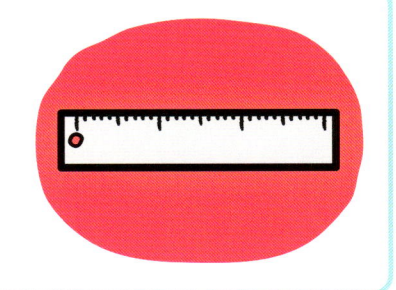

しつもん
shi tsu mo n

E Questions
한 질문
E Preguntas
V Câu hỏi

これはなんですか？
ko re wa na n de su ka

English	What's this?
한국어	이건 뭐예요 ?
Español	¿Qué es esto?
Tiếng Việt	Cái này là cái gì?

これはなんですか？
ko re wa na n de su ka

E What's this?
한 이건 뭐예요 ?
E ¿Qué es esto?
V Cái này là cái gì?

それは赤白ぼうしです。
so re wa aka shiro bo u shi de su
(あか しろ)

E It's a red and white cap.
한 그건 빨강하고 흰색이 있는 모자예요 .
E Es un gorro rojo y blanco.
V Đây là cái mũ đỏ trắng.

ものをさすことば
mo no wo sa su ko to ba

E Words for pointing things
한 물건을 가리키는 말
E Palabras que se utilizan para indicar
V Từ ngữ chỉ đồ vật

これ
ko re

E this
한 이거
E esto ／ esta ／ este
V cái này

それ
so re

E it
한 그거
E eso ／ esa ／ ese
V cái kia ／ cái đó

あれ
a re

E that
한 저거
E aquel ／ aquella ／ aquello
V cái kia ／ cái đó

どれ
do re

E which
한 어느거
E cual
V cái nào

あなたの上ばきはどれですか？
a na ta no uwa ba ki wa do re de su ka

E Which pair is your indoor shoes?
한 네 실내화는 어느 것이니 ?
E ¿Cuál es tu "uwabaki"(zapatos de interior)?
V Đôi nào là giày đi trong nhà của bạn?

あれです。
a re de su

E That one.
한 저거예요 .
E Aquellos.
V Đôi kia.

くつをはきかえる
ku tsu wo ha ki ka e ru

E Change shoes
한 신발을 실내화로 갈아 신기
E Cambiar de zapatos
V Thay giày

朝、学校についたら、しょうこう口で
asa gakkou ni tsu i ta ra sho u ko u guchi de
外用のくつから、上ばきにはきかえます。
soto you no ku tsu ka ra uwa ba ki ni ha ki ka e ma su

E Children change their shoes to indoor ones when arriving at the school entrance hall in the morning.
한 아침에 학교에 가서 신발을 갈아 신는 곳에서 실내화로 갈아 신습니다 .
E En las mañanas al llegar a la escuela se cambian los zapatos a "uwabaki" (zapatos de interior).
V Buổi sáng, khi đến trường, học sinh phải thay giày của mình sang giày đi trong nhà tại sảnh ra vào của trường.

日本では、学校の中で上ばきをはくことが多いです。
ni hon de wa gakkou no naka de uwa ba ki wo ha ku ko to ga oo i de su

E Children wear indoor shoes in most of the schools in Japan.
한 학교에서는 주로 실내화를 사용합니다 .
E En la mayoría de escuelas de Japón se usa el "uwabaki" (zapatos de interior).
V Học sinh đi loại giày trong nhà tại hầu hết các trường học tại Nhật.

しょくいん室はどこですか？
sho ku i n shitsu wa do ko de su ka

English Where is the teachers' office?
한국어 교무실은 어디예요 ?
Español ¿Dónde está la sala de profesores?
Tiếng Việt Phòng giáo viên ở đâu?

しょくいん室はどこですか？
sho ku i n shitsu wa do ko de su ka

E Where is the teachers' office?
한 교무실은 어디예요 ?
E ¿Dónde está la sala de profesores?
V Bạn có biết phòng giáo viên ở đâu không?

しょくいん室は
sho ku i n shitsu wa
あそこです。
a so ko de su

E The teachers' office is over there.
한 교무실은 저기예요 .
E La sala de profesores está allá.
V Phòng giáo viên ở kia kìa.

しょくいん室に入るとき
sho ku i n shitsu ni hai ru to ki

E When you enter the teachers' office
한 교무실에 들어갈 때
E Cuando se ingresa a la sala de profesores
V Khi bước vào phòng giáo viên

しょくいん室には、「しつれいします」と言って入ります。
sho ku i n shitsu ni wa shi tsu re i shi ma su to i tte hai ri ma su

出るときは、「しつれいしました」と言って出ます。
de ru to ki wa shi tsu re i shi ma shi ta to i tte de ma su

しつれいします。
shi tsu re i shi ma su

E When you enter the teachers' office, say " しつれいします ".
When you leave the office, say " しつれいしました ".

한 교무실에 들어갈 때는 " しつれいします " 라고 말한 후에 들어갑니다 .
나올 때는 " しつれいしました " 말하고 나서 나옵니다 .

E Antes de entrar a la sala de profesores se dice " しつれいします ".
Al salir de la sala se dice " しつれいしました ".

V Khi vào phòng giáo viên, học sinh nói " しつれいします ".
Khi ra khỏi phòng giáo viên, học sinh nói " しつれいしました ".

場所の名前
ba sho no na mae

- E Places at school
- 한 장소 이름
- E Lugares en la escuela
- V Địa điểm trong trường

しょうこう口
sho u ko u guchi

- E entrance hall
- 한 학교 건물로 들어 가는 입구
- E hall de entrada
- V sảnh ra vào

トイレ
to i re

- E bathroom
- 한 화장실
- E baño
- V nhà vệ sinh

しょくいん室
sho ku i n shitsu

- E teachers' office
- 한 교무실
- E sala de profesores
- V phòng giáo viên

ほけん室
ho ke n shitsu

- E nurse's office
- 한 양호실
- E enfermería
- V phòng y tế

図書室
to sho shitsu

- E library
- 한 학교 도서실
- E biblioteca
- V thư viện

国さい教室
koku sa i kyoushitsu
（日本語教室）
ni hon go kyoushitsu

- E international classroom
- 한 국제교실 (일본어 교실)
- E sala internacional (salón de japonés)
- V phòng học quốc tế

体育館
tai iku kan

- E gym
- 한 체육실
- E gimnasio
- V phòng thể chất

校庭
kou tei

- E schoolyard
- 한 학교 운동장
- E patio de la escuela
- V sân trường

場所をさすことば
ba sho wo sa su ko to ba

- E Words for pointing places
- 한 장소를 가리키는 말
- E Palabras para indicar lugares
- V Từ ngữ chỉ vị trí

ここ
ko ko

- E here
- 한 여기
- E aquí
- V đây

そこ
so ko

- E there
- 한 거기
- E allí
- V kia／đó／đấy

あそこ
a so ko

- E there
- 한 저기
- E allá
- V đằng kia

どこ
do ko

- E where
- 한 어디
- E dónde
- V ở đâu

場所 (ばしょ)

E Places
한 장소
E Lugares
V Vị trí

図書室の行きかたを教えてください。
(としょしつ の い き かた を おし えて ください)
to sho shitsu no i ki ka ta wo oshi e te ku da sa i

English Could you tell me the way to the library?
한국어 도서실에 어떻게 가요 ?
Español Por favor me puedes enseñar cómo ir a la biblioteca.
Tiếng Việt Hãy chỉ giúp tớ đường đến thư viện.

図書室の行きかたを
to sho shitsu no i ki ka ta wo
教えてください。
oshi e te ku da sa i

E Could you tell me the way to the library?
한 도서실에 어떻게 가요 ?
E Por favor me puedes enseñar cómo ir a la biblioteca.
V Bạn chỉ giúp tớ đường đến thư viện với.

図書室は２階に
to sho shitsu wa ni kai ni
あります。
a ri ma su

E Library is on the 2nd floor.
한 도서실은 2 층에 있어요 .
E La biblioteca está en el 2do piso.
V Thư viện nằm trên tầng 2.

かいだんを
ka i da n wo
のぼってください。
no bo tte ku da sa i

E Go up the stairs.
한 계단으로 올라가세요 .
E Sube las escaleras.
V Đi lên cầu thang.

場所をあんないすることば１
ba sho wo a n na i su ru ko to ba

E Showing the way 1
한 장소를 가리키는 말 1
E Palabras que indican direcciones 1
V Từ ngữ hướng dẫn vị trí 1

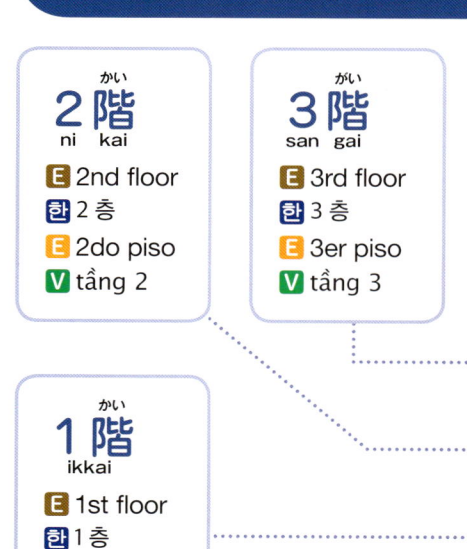

２階 (かい)
ni kai
E 2nd floor
한 2 층
E 2do piso
V tầng 2

３階 (がい)
san gai
E 3rd floor
한 3 층
E 3er piso
V tầng 3

１階 (かい)
ikkai
E 1st floor
한 1 층
E 1er piso
V tầng 1

上 (うえ)
ue
E up
한 위
E arriba
V trên

下 (した)
shita
E down
한 아래
E abajo
V dưới

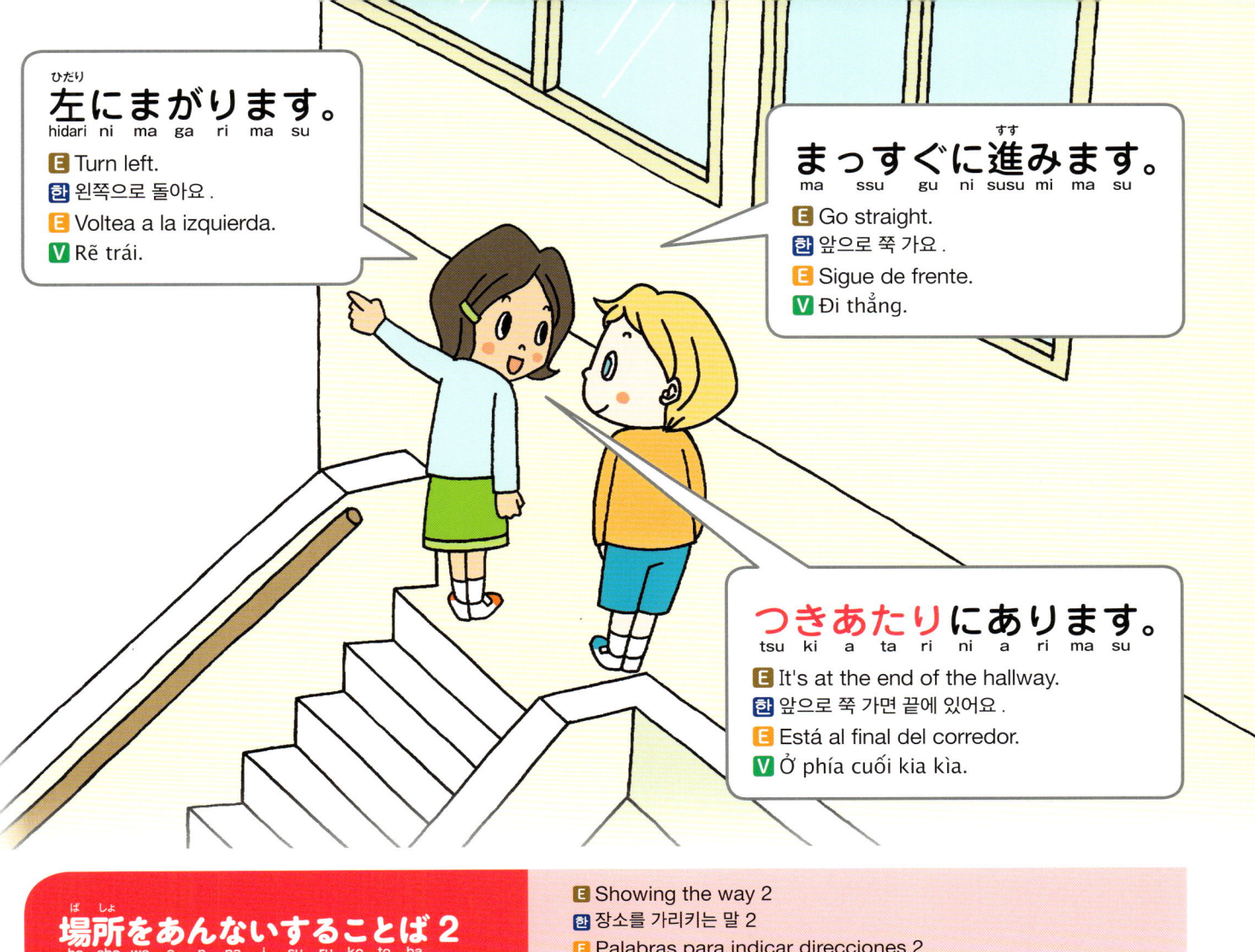

左にまがります。
hidari ni ma ga ri ma su

- E Turn left.
- 한 왼쪽으로 돌아요 .
- E Voltea a la izquierda.
- V Rẽ trái.

まっすぐに進みます。
ma ssu gu ni susu mi ma su

- E Go straight.
- 한 앞으로 쭉 가요 .
- E Sigue de frente.
- V Đi thẳng.

つきあたりにあります。
tsu ki a ta ri ni a ri ma su

- E It's at the end of the hallway.
- 한 앞으로 쭉 가면 끝에 있어요 .
- E Está al final del corredor.
- V Ở phía cuối kia kìa.

場所をあんないすることば2
ba sho wo a n na i su ru ko to ba

- E Showing the way 2
- 한 장소를 가리키는 말 2
- E Palabras para indicar direcciones 2
- V Từ ngữ hướng dẫn vị trí 2

となり
to na ri
- E next to
- 한 옆
- E al lado
- V bên cạnh

正面
shou men
- E in front of
- 한 정면
- E al frente de
- V đối diện

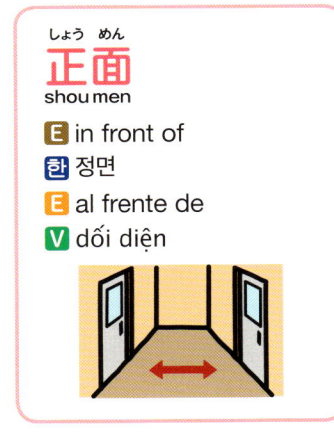

手前
te mae
- E the nearest
- 한 제일 가까운 앞
- E el más cercano
- V trước mặt

おく
o ku
- E the backmost
- 한 제일 먼 뒤쪽
- E el más lejano
- V trong góc

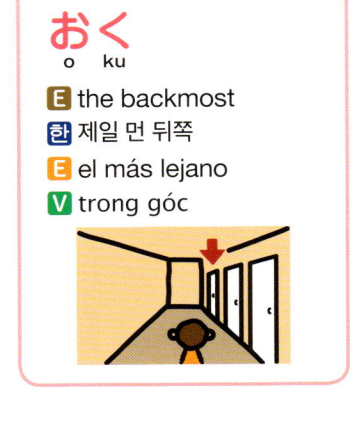

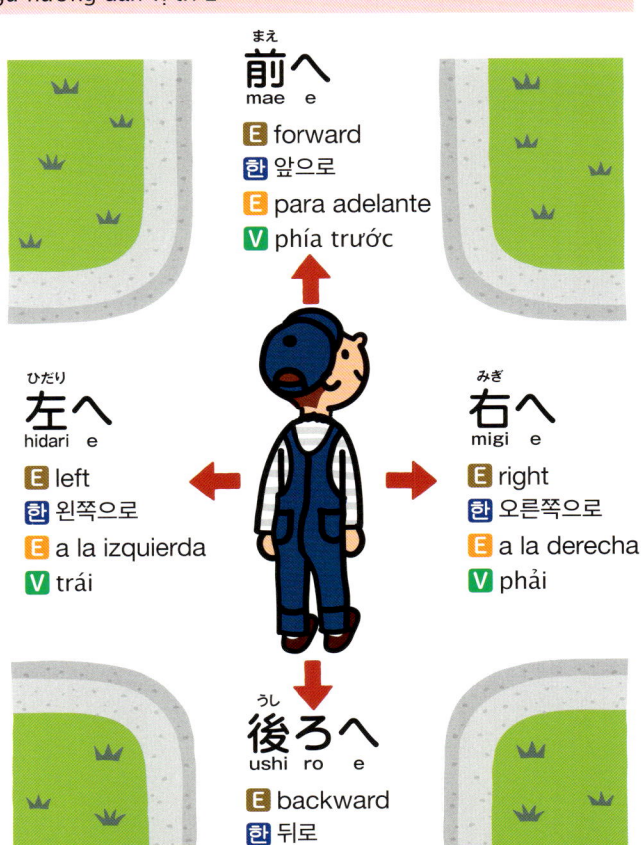

前へ
mae e
- E forward
- 한 앞으로
- E para adelante
- V phía trước

左へ
hidari e
- E left
- 한 왼쪽으로
- E a la izquierda
- V trái

右へ
migi e
- E right
- 한 오른쪽으로
- E a la derecha
- V phải

後ろへ
ushi ro e
- E backward
- 한 뒤로
- E para atrás
- V phía sau

トイレ
to i re

E Bathroom
한 화장실
E Baño
V Nhà vệ sinh

トイレに行きたいです。
to i re ni i ki ta i de su

English I want to go to the bathroom.
한국어 화장실에 가고 싶어요 .
Español Quiero ir al baño.
Tiếng Việt Con muốn đi vệ sinh.

トイレに行きたいです。
to i re ni i ki ta i de su

E I want to go to the bathroom.
한 화장실에 가고 싶어요 .
E Quiero ir al baño.
V Con muốn đi vệ sinh.

トイレに行ってもいいですか？
to i re ni i tte mo i i de su ka

E May I go to the bathroom?
한 화장실에 가도 괜찮아요 ?
E ¿Puedo ir al baño?
V Cho con đi vệ sinh được không ạ?

急いでいます。
iso i de i ma su

E I gotta go.
한 화장실이 급해요 .
E Necesito ir.
V Con muốn đi gấp.

トイレに行ってきていいですよ。
to i re ni i tte ki te i i de su yo

- E You may go to the bathroom.
- 한 화장실에 가도 괜찮아요 ?
- E Sí puedes ir al baño.
- V Con đi vệ sinh đi.

しずかに行ってきてください。
shi zu ka ni i tte ki te ku da sa i

- E Go quietly.
- 한 조용히 갔다 와요 .
- E Anda en silencio.
- V Bước đi nhẹ nhàng nhé.

トイレのいろいろなよびかた
to i re no i ro i ro na yo bi ka ta

- E Other ways to say "bathroom"
- 한 화장실을 가리키는 여러 가지 말들
- E Diferentes formas de decir baño
- V Cách gọi khác nhau của "nhà vệ sinh"

おてあらい
o te a ra i

べんじょ
be n jo

けしょう室
ke sho u shitsu

すべてトイレのことをあらわしています。
su be te to i re no ko to wo a ra wa shi te i ma su

- E They all mean "bathroom".
- 한 모두 화장실을 가리키는 말들입니다 .
- E Todas las palabras significan baño.
- V Những từ trên đều có nghĩa là "nhà vệ sinh".

31

トイレの使いかた
to i re no tsuka i ka ta

English How to use the bathroom
한국어 화장실 사용하는 방법
Español Forma de utilizar el baño
Tiếng Việt Cách sử dụng nhà vệ sinh

洋式トイレ
yo u shiki to i re

- **E** Western-style toilet
- **한** 양식 화장실
- **E** Baño estilo occidental
- **V** Bồn cầu bệt

トイレに入って、かぎをしめます。
to i re ni hai tte ka gi wo shi me ma su

- **E** Lock the door after you enter.
- **한** 화장실 안으로 들어가면 먼저 문을 잠가요 .
- **E** Cerrar con llave al entrar al baño.
- **V** Vào nhà vệ sinh, khóa cửa.

ふたを開けます。
fu ta wo a ke ma su

- **E** Open the cover of the toilet.
- **한** 변기 뚜껑을 열어요 .
- **E** Levantar la tapa de la taza del baño.
- **V** Mở nắp bồn cầu.

すわって用をたします。
su wa tte yo u wo ta shi ma su

- **E** Sit and do it.
- **한** 앉아서 용변을 보고요 .
- **E** Sentarse en la taza del baño para hacer sus necesidades.
- **V** Ngồi xuống và đi vệ sinh.

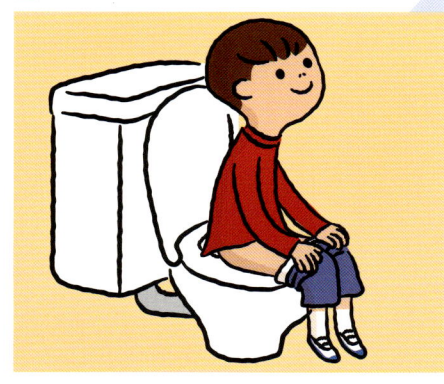

レバーを下げて水を流します。
re ba a wo sa ge te mizu wo naga shi ma su

- **E** Push the lever down and flush the toilet.
- **한** 레버 아래로 내려서 물을 흘려 보내요 .
- **E** Bajar la palanca para correr el agua del baño.
- **V** Ấn nút xả nước bồn cầu.

使ったトイレットペーパーは、
tsuka tta to i re tto pe e pa a wa
水といっしょに流します。
mizu to i ssho ni naga shi ma su

- **E** Flush the toilet paper down the toilet.
- **한** 사용한 휴지는 변기 안에 넣고 물과 함께 버려요 .
- **E** Correr el agua del baño con el papel higiénico utilizado.
- **V** Xả giấy vệ sinh sau khi dùng trong bồn cầu.

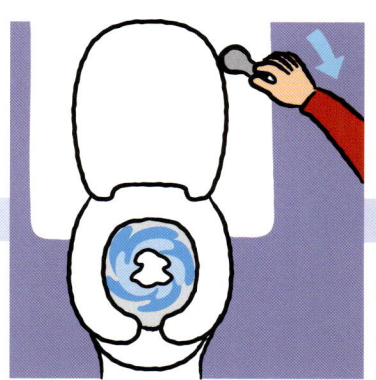

和式トイレ
わ しき
wa shiki to i re

E Japanese-style toilet
한 일본식 화장실
E Baño estilo japonés
V Bồn cầu xổm

トイレに入って、かぎをしめます。
はい
to i re ni hai tte　ka gi wo shi me ma su

E Lock the door after you enter.
한 화장실 안으로 들어가면 먼저 문을 잠가요 .
E Cerrar con llave al entrar al baño.
V Vào nhà vệ sinh, khóa cửa.

しゃがんで用をたします。
よう
sha ga n de yo u wo ta shi ma su

E Squat down and do it.
한 앉아서 용변을 보고요 .
E Agáchese para usar el baño.
V Ngồi xổm và đi vệ sinh.

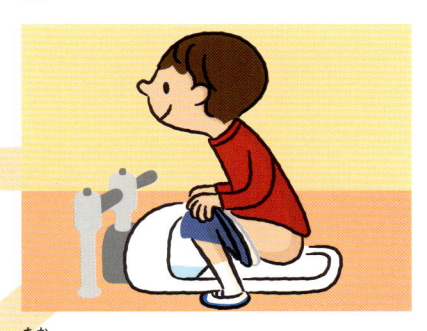

高くなっているほうを
たか
taka ku na tte　i ru ho u wo
むいてしゃがみます。
mu i te　sha ga mi ma su

E Face to the raised part and squat down.
한 변기의 높은 쪽을 보고 앉아요 .
E Agacharse en dirección a la parte alta del baño.
V Ngồi xổm quay mặt vào hướng thành cao của bồn cầu.

レバーを下げて水を流します。
さ　みず　なが
re ba a wo sa ge te mizu wo naga shi ma su

E Push the lever down and flush the toilet.
한 레버 아래로 내려서 물을 흘려 보내요 .
E Bajar la palanca para correr el agua del baño.
V Ấn nút xả nước bồn cầu.

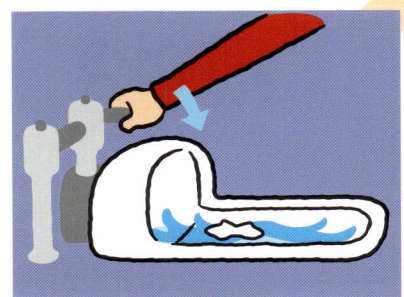

使ったトイレットペーパーは、
つか
tsuka tta　to i re tto pe e pa a wa
水といっしょに流します。
みず　なが
mizu to i ssho ni naga shi ma su

E Flush the toilet paper down the toilet.
한 사용한 휴지는 변기 안에 넣고 물과 함께 버려요 .
E Correr el agua del baño con el papel higiénico utilizado.
V Xả giấy vệ sinh sau khi dùng trong bồn cầu.

手をあらいます。
て
te wo a ra i ma su

E Wash your hands.
한 손을 씻고요 .
E Lávese las manos.
V Rửa tay.

ハンカチで手をふきます。
て
ha n ka chi de te wo fu ki ma su

E Dry your hands with your handkerchief.
한 손수건으로 손을 닦아요 .
E Utilice su pañuelo para secarse las manos.
V Lau tay bằng khăn.

けが・
びょうき
ke ga byo u ki

E Injuries・Illnesses
한 상처・병
E Heridas・
Enfermedades
V Bị thương・
Bị ốm

転びました。
ころ
koro bi ma shi ta

English I fell down.
한국어 넘어졌어요 .
Español Me caí.
Tiếng Việt Con bị ngã.

どうしてけがをしたのですか？
do u shi te ke ga wo shi ta no de su ka

E Why did you get hurt?
한 왜 다쳤어요 ?
E ¿Cómo te heriste?
V Sao con bị đau thế?

転びました。
ころ
koro bi ma shi ta

E I fell down.
한 넘어졌어요 .
E Me caí.
V Con bị ngã.

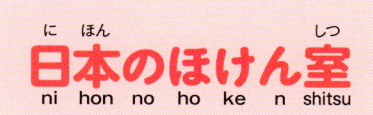

日本のほけん室
に ほん の ほ けん しつ
ni hon no ho ke n shitsu

E Nurse's office in Japan
한 일본의 양호실
E La enfermería en Japón
V Phòng y tế tại Nhật

けがをしたときや、ぐあいが悪く
わる
ke ga wo shi ta to ki ya gu a i ga waru ku

なったときは、ほけん室に行きます。
しつ い
na tta to ki wa ho ke n shitsu ni i ki ma su

E Children go to the nurse's office when they get hurt or feel sick.
한 다쳤을때나 몸이 아플때는 양호실에 갑니다 .
E Se va a la enfermería cuando se sufre una herida o se siente mal.
V Học sinh cần vào phòng y tế khi bị thương hoặc cảm thấy không khỏe.

かんたんな手当てをしたり、
て あ
ka n ta n na te a te wo shi ta ri

ベッドで休むことができます。
やす
be ddo de yasu mu ko to ga de ki ma su

E In the office they receive first aid or rest in bed.
한 양호실에서 간단한 응급처치를 받거나 침대에서 쉴 수도 있습니다 .
E Se recibe curaciones de primeros auxilios y también se puede descansar en una cama.
V Học sinh được chăm sóc sơ cứu đơn giản và có thể nằm nghỉ ngơi trên giường.

切りました。
ki ri ma shi ta

E I cut my finger.
한 베였어요 .
E Me corté.
V Đứt tay.

いたいです。
i ta i de su

E It hurts.
한 아파요 .
E Me duele.
V Đau.

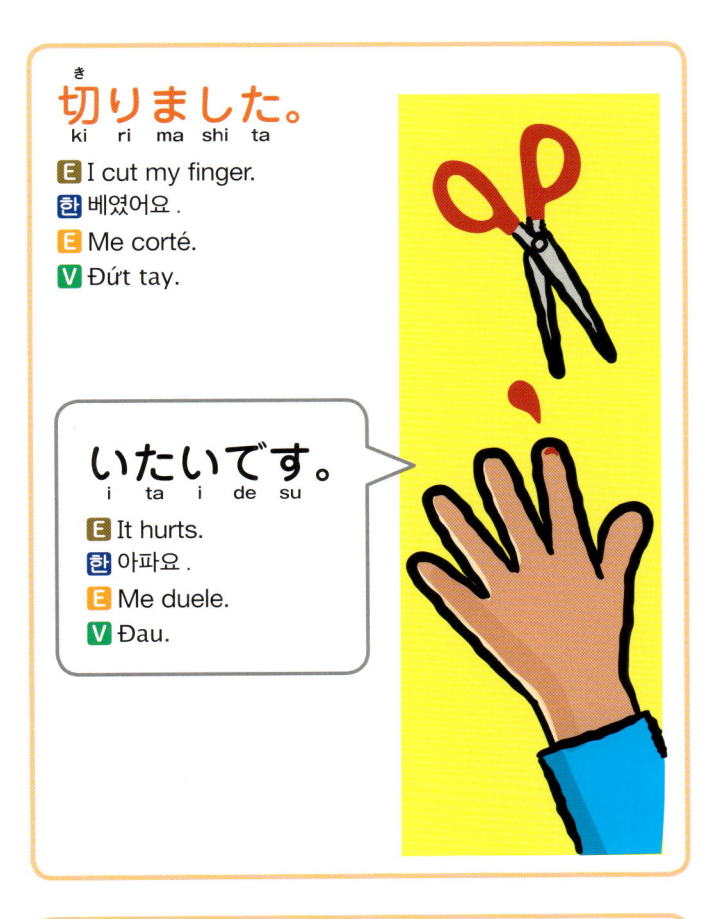

虫にさされました。
mushi ni sa sa re ma shi ta

E I got bitten by a bug.
한 벌레한테 물렸어요 .
E Me picó un insecto.
V Bị côn trùng đốt.

かゆいです。
ka yu i de su

E It's itchy.
한 가려워요 .
E Tengo picazón.
V Ngứa.

ぶつけました。
bu tsu ke ma shi ta

E I hit my knee.
한 부딪혔어요 .
E Me golpeé.
V Bị va chân.

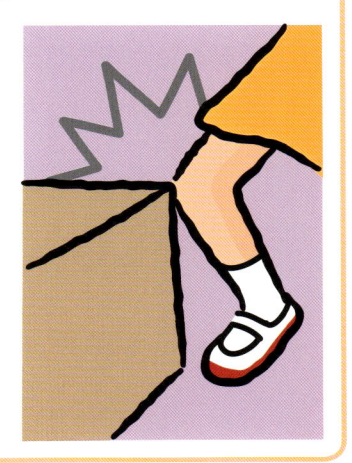

ぶつかりました。
bu tsu ka ri ma shi ta

E I bumped my head.
한 부딪쳤어요 .
E Nos golpeamos.
V Đâm đầu vào nhau.

（とげが）ささりました。
to ge ga sa sa ri ma shi ta

E I got a splinter.
한 가시에 찔렸어요 .
E Me entró una astilla.
V Bị gai đâm.

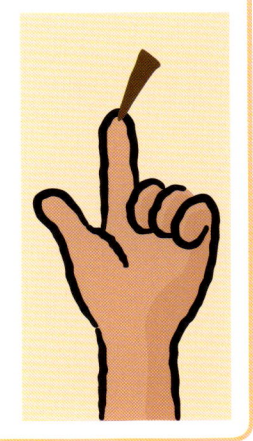

けが・
ke ga
びょうき
byo u ki

E Injuries・Illnesses
한 상처・병
E Heridas・Enfermedades
V Bị thương・Bị ốm

おなかがいたいです。
o na ka ga i ta i de su

English I have a stomachache.
한국어 배가 아파요.
Español Me duele la barriga.
Tiếng Việt Con bị đau bụng.

どこがいたいですか？
do ko ga i ta i de su ka

E Where does it hurt?
한 어디가 아파요?
E ¿Dónde te duele?
V Con bị đau ở đâu?

おなかがいたいです。
o na ka ga i ta i de su

E I have a stomachache.
한 배가 아파요.
E Me duele la barriga.
V Con bị đau bụng.

だいじょうぶですか？
da i jo u bu de su ka

E Are you okay?
한 괜찮아요?
E ¿Estás bien?
V Bạn thấy ổn không?

からだの名前
ka ra da no na mae

E Parts of body
한 몸 부분의 이름
E Partes del cuerpo
V Bộ phận cơ thể

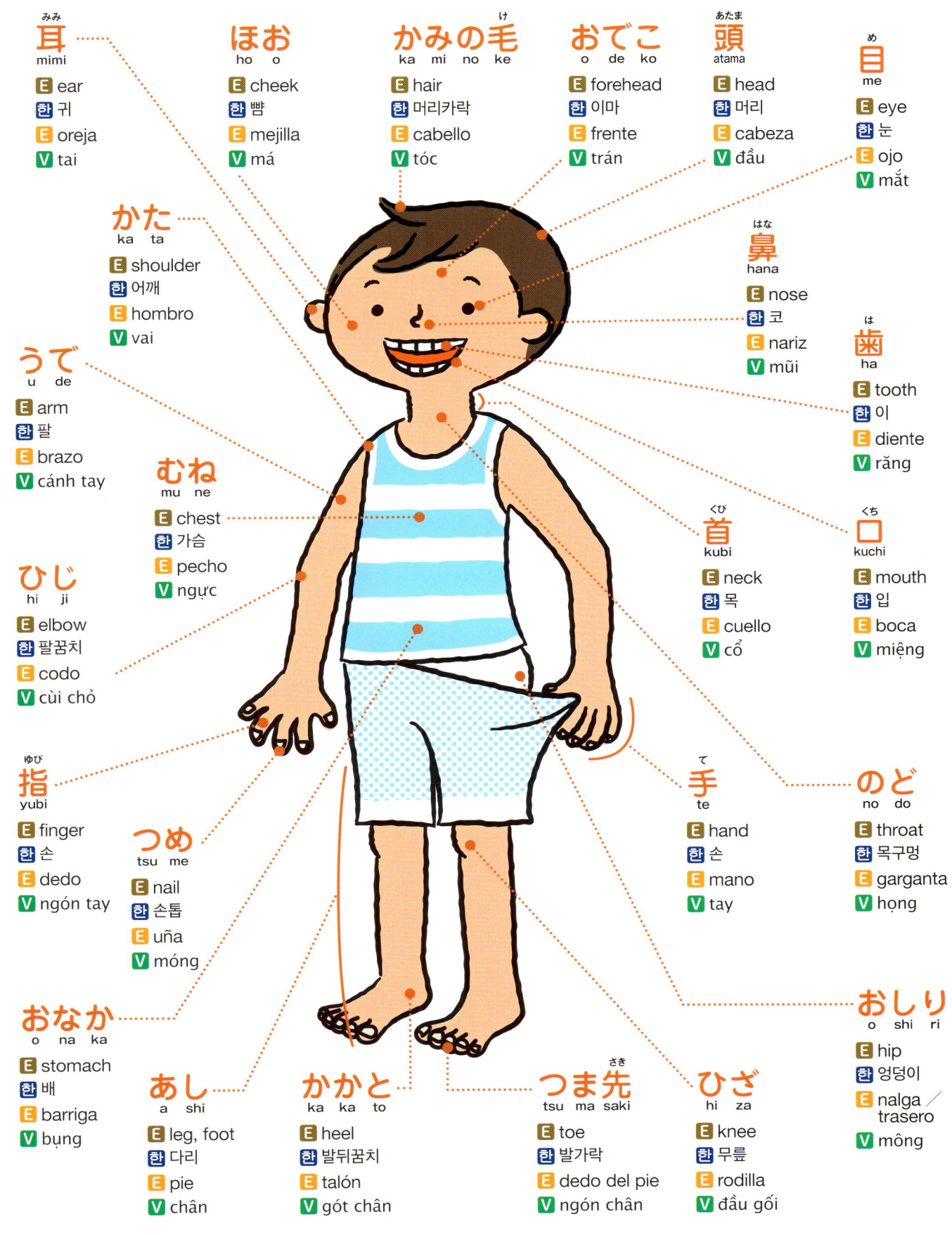

耳 mimi
E ear
한 귀
E oreja
V tai

ほお ho o
E cheek
한 뺨
E mejilla
V má

かみの毛 ka mi no ke
E hair
한 머리카락
E cabello
V tóc

おでこ o de ko
E forehead
한 이마
E frente
V trán

頭 atama
E head
한 머리
E cabeza
V đầu

目 me
E eye
한 눈
E ojo
V mắt

かた ka ta
E shoulder
한 어깨
E hombro
V vai

鼻 hana
E nose
한 코
E nariz
V mũi

うで u de
E arm
한 팔
E brazo
V cánh tay

歯 ha
E tooth
한 이
E diente
V răng

むね mu ne
E chest
한 가슴
E pecho
V ngực

ひじ hi ji
E elbow
한 팔꿈치
E codo
V cùi chỏ

首 kubi
E neck
한 목
E cuello
V cổ

口 kuchi
E mouth
한 입
E boca
V miệng

指 yubi
E finger
한 손
E dedo
V ngón tay

つめ tsu me
E nail
한 손톱
E uña
V móng

手 te
E hand
한 손
E mano
V tay

のど no do
E throat
한 목구멍
E garganta
V họng

おなか o na ka
E stomach
한 배
E barriga
V bụng

あし a shi
E leg, foot
한 다리
E pie
V chân

かかと ka ka to
E heel
한 발뒤꿈치
E talón
V gót chân

つま先 tsu ma saki
E toe
한 발가락
E dedo del pie
V ngón chân

ひざ hi za
E knee
한 무릎
E rodilla
V đầu gối

おしり o shi ri
E hip
한 엉덩이
E nalga ／ trasero
V mông

けが・
Ke ga
びょうき
byo u ki

E Injuries・Illnesses
한 상처・병
E Heridas・
  Enfermedades
V Bị thương・
  Bị ốm

気持ちが悪いです。
き も わる
ki mo chi ga waru i de su

English I feel sick.
한국어 메스꺼워요 .
Español Me siento mal.
Tiếng Việt Con cảm thấy mệt.

どうしましたか？
do u shi ma shi ta ka

E What's the matter?
한 왜 그래요 ?
E ¿Qué pasó?
V Con làm sao thế?

気持ちが悪いです。
き も わる
ki mo chi ga waru i de su

E I feel sick.
한 메스꺼워요 .
E Me siento mal.
V Con cảm thấy mệt.

はきそうです。
ha ki so u de su

E I think I'm going to throw up.
한 토할 것 같아요 .
E Siento que voy a vomitar.
V Con cảm thấy muốn ói／nôn.

からだのようす
ka ra da no yo u su

🇪 Conditions of the body
🇰 몸 상태
🇪 Estados de salud
🇻 Thể trạng

頭がいたいです。
atama ga i ta i de su

🇪 I have a headache.
🇰 머리가 아파요 .
🇪 Tengo dolor de cabeza.
🇻 Đau đầu.

熱があります。
netsu ga a ri ma su

🇪 I have a fever.
🇰 열이 있어요 .
🇪 Tengo fiebre.
🇻 Sốt.

せきが出ます。
se ki ga de ma su

🇪 I'm coughing.
🇰 기침이 나와요 .
🇪 Tengo tos.
🇻 Ho.

鼻水が出ます。
hanamizu ga de ma su

🇪 I have a runny nose.
🇰 콧물이 나와요 .
🇪 Tengo mocos.
🇻 Sổ mũi.

くしゃみが出ます。
ku sha mi ga de ma su

🇪 I'm sneezing.
🇰 재채기가 나와요 .
🇪 Estoy con estornudos.
🇻 Hắt xì.

苦しいです。
kuru shi i de su

🇪 I feel stuffy.
🇰 괴로워요 .
🇪 Me siento con ahogos.
🇻 Khó thở.

おなかがいたいです。
o na ka ga i ta i de su

🇪 I have a stomachache.
🇰 배가 아파요 .
🇪 Tengo dolor de barriga.
🇻 Đau bụng.

生理中です。
sei ri chuu de su

🇪 I'm on my period.
🇰 생리 중이에요 .
🇪 Estoy con la menstruación.
🇻 Đang có kinh nguyệt.

こまった ときは
ko ma tta to ki wa

- **E** When in trouble
- **한** 어려운 일이 생겼을 때
- **E** Cuando tiene un problema
- **V** Khi gặp khó khăn／sự cố

いやです。やめてください。
i ya de su　ya me te ku da sa i

English	No. Stop it.
한국어	싫어요 . 그만 해요 .
Español	No quiero. Pare por favor.
Tiếng Việt	Không. Dừng lại.

いやです。
i ya de su
- **E** No.
- **한** 싫어요 .
- **E** No quiero.
- **V** Không.

やめてください。
ya me te ku da sa i
- **E** Stop it.
- **한** 그만 하세요 .
- **E** Pare por favor.
- **V** Bạn dừng lại đi.

ごめんなさい。
go me n na sa i
- **E** I'm sorry.
- **한** 미안해요 .
- **E** Discúlpame.
- **V** Tớ xin lỗi.

助けてください。
たす
tasu ke te ku da sa i
- **E** Help me.
- **한** 도와주세요 .
- **E** Auxilio／socorro.
- **V** Cứu con với.

友だちカードを書いてみましょう！
tomo da chi ka a do wo ka i te mi ma sho u

E Let's write Introduction Card!
한 친구 카드를 만들어 봅시다！
E ¡Vamos a escribir una cartilla de presentación!
V Cùng viết vào Thẻ giới thiệu!

1 右のページの友だちカードをコピーしましょう。
migi no pe e ji no tomo da chi ka a do wo ko pi i shi ma sho u

自分について、日本語で書いてみましょう。
ji bun ni tsu i te ni hon go de ka i te mi ma sho u

E Make a copy of the card on the right page.
Write about yourself in Japanese.
한 오른쪽에 있는 친구 카드를 복사 하고요．
자기 자신에 대해 일본어로 써 볼까요？
E Hagamos una copia de la cartilla de presentación de la página derecha.
Escribe sobre ti mismo en japonés.
V In Thẻ giới thiệu nằm ở trang bên phải.
Tự điền thông tin bản thân bằng tiếng Nhật.

★ 日本語 (に ほん ご)
★ English → 英語 (えい ご)
★ 한국어 → 韓国朝鮮語 (かんこくちょうせん ご)
★ Español → スペイン語 (ご)
★ Tiếng Việt → ベトナム語 (ご)

自分の名前や好きな食べものの書きかたを
ji bun no na mae ya su ki na ta be mo no no ka ki ka ta wo

先生や友だちに聞いてみましょう。
sen sei ya tomo da chi ni ki i te mi ma sho u

E Ask your teacher or friends how to write your name and your favorite food.
한 자기 이름, 좋아 하는 음식을 일본어로 어떻게 써야 하는지 선생님이나 친구들에게 물어 보고요．
E Pregunta al profesor o amigos cómo escribir tu nombre y comidas favoritas.
V Hỏi thầy cô hoặc bạn bè cách viết tên mình và món ăn mình ưa thích bằng tiếng Nhật.

自分の顔をかきましょう。
ji bun no kao wo ka ki ma sho u

E Draw your face.
한 자신의 얼굴도 그려 봐요．
E Dibuja tu autoretrato.
V Tự vẽ chân dung mình.

友だちカード (tomo da chi ka a do)
E Introduction Card
한 친구 카드
E Cartilla de presentación
V Thẻ giới thiệu

● わたしの名前は [____] です。
wa ta shi no na mae wa / de su
E My name is [____].
한 내 이름은 [____] 예요.
E Mi nombre es [____].
V Tên tớ là [____].

● わたしのたんじょう日は、[__] 月 [__] 日です。
wa ta shi no tan jo u bi wa / gatsu / nichi de su
E My birthday is [__] (month) [__] (date).
한 생일은 [__] [__] 예요.
E Mi cumpleaños es el [__] (fecha) de [__] (mes).
V Ngày sinh của tớ là tháng [__] ngày [__].

● わたしの好きな食べものは、[____] です。
wa ta shi no su ki na ta be mo no wa / de su
E My favorite food is [____].
한 좋아하는 음식은 [____] 예요.
E Mi comida favorita es [____].
V Món ăn ưa thích của tớ là [____].

● 話せることばは [____] です。
hana se ru ko to ba wa / de su
E I can speak [____].
한 말 할 수 있는 것은 [____] 예요.
E Puedo hablar [____].
V Tớ có thể nói được tiếng [____].

● わたしの似顔絵
wa ta shi no ni gao e
E This is my self portrait.
한 나를 그린 그림
E Este es mi autoretrato.
V Đây là chân dung của tớ.

2 友だちとカードを交かんしましょう。
tomo da chi to ka a do wo / kou ka n shi ma sho u

E Exchange the cards with your friends.
한 친구 카드를 친구들과 서로 교환해 볼까요？
E Intercambia la cartilla de presentación.
V Trao đổi Thẻ giới thiệu với các bạn.

なかよくしてください。
na ka yo ku shi te ku da sa i
E Let's be friends.
한 사이좋게 지내요．
E Seamos amigos.
V Mình cùng kết bạn nhé.

よろしくおねがいします。
yo ro shi ku o ne ga i shi ma su
E Yes, let's.
한 잘 부탁해요．
E Si, seamos amigos.
V Tất nhiên rồi.

友だちカード
とも
tomo da chi ka a do

E Introduction Card
한 친구 카드
E Cartilla de presentación
V Thẻ giới thiệu

● わたしの名前は [   ] です。
な　まえ
wa ta shi no na mae wa　　　　　　　　　　　de su

E My name is [   ] .
한 내 이름은 [   ] 예요 .
E Mi nombre es [   ] .
V Tên tớ là [   ] .

● わたしのたんじょう日は、[ ] 月 [ ] 日です。
び　　　　がつ　　　　にち
wa ta shi no ta n jo u bi wa　　　gatsu　　　nichi de su

E My birthday is [ ] (month) [ ] (date).
한 생일은 [ ] 월 [ ] 일이에요 .
E Mi cumpleaños es el [ ] (fecha) de [ ] (mes).
V Ngày sinh của tớ là (tháng) [ ] (ngày) [ ] .

● わたしの好きな食べものは、[   ] です。
す　　　た
wa ta shi no su ki na ta be mo no wa　　　　　de su

E My favorite food is [   ] .
한 좋아하는 음식은 [   ] 예요 .
E Mi comida favorita es [   ] .
V Món ăn ưa thích của tớ là [   ] .

● 話せることばは [   ] です。
はな
hana se ru ko to ba wa　　　　　de su

E I can speak [   ] .
한 말 할 수 있는 것은 [   ] 예요 .
E Puedo hablar [   ] .
V Tớ có thể nói được tiếng [   ] .

● わたしの似顔絵
に　がお　え
wa ta shi no ni gao e

E This is my self portrait.
한 나를 그린 그림 .
E Este es mi autoretrato.
V Đây là chân dung của tớ.

さくいん／日本語 にほんご

この本の中でしょうかいした会話文やことばをまとめました。
数字は、この本の中でその会話文やことばがのっているページを示しています。

Index / English

In this index you can look up the dialogs and words introduced in this book. The numbers are the pages in which you can find them.

사전 / 한국어

이 책에 소개 된 회화 문장과 단어를 모아 놓았습니다.
숫자는 이 책에 소개 된 회화 문장이나 단어가 있는 페이지를 말합니다.

Indice/Español

Este es el índice de las palabras y diálogos presentados en este libro.
Los números indican las páginas en las que se encuentran.

Mục lục/Tiếng Việt

Đặt lại với nhau từ và cụm từ được trình bày trong cuốn sách này.
Số hiển thị các trang đối thoại và từ trong cuốn sách này.

●総監修

柳下則久

青山学院大学教育人間科学部教育学科特任教授。前横浜市教育委員会教育次長。横浜市国際交流協会理事。第2期中央教育審議会初等教育分科会教育課程部会教科別専門部会専門委員。共著に『図解社会授業』（東洋館出版社）『新学習指導要領の展開社会』（教育出版）がある。

森 博昭

横浜市立青葉台中学校校長。東洋大学文学部英米文学科卒。昭和63年度から19年間、横浜市立中学校の外国語科教員として勤務。平成19年度から9年間、横浜市教育委員会事務局で外国語教育・国際理解教育・日本語指導が必要な児童生徒教育担当の指導主事。平成28年度から現職。

●指導協力

横浜市多文化共生の楽しい学校をめざす会

この本は、2017年発行の『教室で使うみんなのことば 英語・中国語・ポルトガル語・フィリピノ語 あいさつやこまったとき』の内容を、韓国朝鮮語・スペイン語・ベトナム語で翻訳したものです。
監修者などの情報は、初版時のものを掲載しています。

●アートディレクション
株式会社フレーズ（大薮胤美）

●デザイン・DTP
株式会社ダイアートプランニング（大場由紀、五十嵐直樹）

●イラスト
がみ
ツダタバサ

●外国語編集協力

英語	下 薫（翻訳・校正）
韓国朝鮮語	チョン・ウンヨン（翻訳）
	カン・ヨンヘ（校正）
スペイン語	張間リリアン（翻訳）
	オオシロ・シルビア（校正）
ベトナム語	ファム・トゥ・ヒエン（翻訳）
	鷲頭小弓（校正）

●編集制作　株式会社 童夢

ひと目でわかる！
教室で使う みんなのことば
第2期
（英語・韓国朝鮮語・スペイン語・ベトナム語）
全5巻

●あいさつやこまったとき
●学校の一日
●国語・社会・体育・音楽・図工
●算数・理科・家庭科・道徳ほか
●季節と学校の行事

全巻セット定価：本体 14,000 円（税別）
ISBN978-4-580-88600-1

英語・中国語・
ポルトガル語・フィリピノ語編
好評発売中

ひと目でわかる！
教室で使う みんなのことば 第2期
（英語・韓国朝鮮語・スペイン語・ベトナム語）
あいさつやこまったとき

NDC800　48 P　30.4 × 21.7㎝

2018年8月30日　第1刷発行

監修	柳下則久　森 博昭
発行者	佐藤徹哉
発行所	文研出版

〒113-0023東京都文京区向丘2-3-10　電話03-3814-6277
〒543-0052大阪市天王寺区大道4-3-25　電話06-6779-1531
http://www.shinko-keirin.co.jp

印刷・製本　株式会社太洋社

©2018 BUNKEN SHUPPAN Printed in Japan　ISBN978-4-580-82359-4　C8387

あいうえお表 ② aiueo hyou

English AIUEO table
한국어 아이우에오표
Español Tabla de AIUEO
Tiếng Việt Bảng chữ cái AIUEO

【だく音・よう音】 da ku on yo u on

パ ぱ PA	バ ば BA	ダ だ DA	ザ ざ ZA	ガ が GA
ピ ぴ PI	ビ び BI	ヂ ぢ DI／ZI	ジ じ JI／ZI	ギ ぎ GI
プ ぷ PU	ブ ぶ BU	ヅ づ DU／ZU	ズ ず ZU	グ ぐ GU
ペ ぺ PE	ベ べ BE	デ で DE	ゼ ぜ ZE	ゲ げ GE
ポ ぽ PO	ボ ぼ BO	ド ど DO	ゾ ぞ ZO	ゴ ご GO

リャ りゃ RYA	ミャ みゃ MYA	ヒャ ひゃ HYA	ニャ にゃ NYA	チャ ちゃ CHA／TYA	シャ しゃ SHA／SYA	キャ きゃ KYA
リュ りゅ RYU	ミュ みゅ MYU	ヒュ ひゅ HYU	ニュ にゅ NYU	チュ ちゅ CHU／TYU	シュ しゅ SHU／SYU	キュ きゅ KYU
リョ りょ RYO	ミョ みょ MYO	ヒョ ひょ HYO	ニョ にょ NYO	チョ ちょ CHO／TYO	ショ しょ SHO／SYO	キョ きょ KYO
	ピャ ぴゃ PYA	ビャ びゃ BYA		ヂャ ぢゃ DYA／ZYA	ジャ じゃ JA／ZYA	ギャ ぎゃ GYA
	ピュ ぴゅ PYU	ビュ びゅ BYU		ヂュ ぢゅ DYU／ZYU	ジュ じゅ JU／ZYU	ギュ ぎゅ GYU
	ピョ ぴょ PYO	ビョ びょ BYO		ヂョ ぢょ DYO／ZYO	ジョ じょ JO／ZYO	ギョ ぎょ GYO